ਇਸਲਾਮੀ ਕਲਾ ਵਿਚ ਦੀ ਸਫਰ

Journey through Islamic Art

Na'ima bint Robert & Diana Mayo

mantra

ਮੈਂ ਸਮਾਰਕੰਦ ਅਤੇ ਬਗਦਾਦ ਸ਼ਹਿਰਾਂ ਬਾਰੇ ਭਾਰਤ ਵਿਚ ਮੁਗਲਾਂ ਅਤੇ
ਸਪੇਨ ਵਿਚ ਮੂਰਜ਼ ਬਾਰੇ ਕਹਾਣੀਆਂ ਸੁਣੀਆ ਸਨ।

I heard tales about the cities of Samarkand and Baghdad,
About the Moghuls in India and the Moors in Spain.

ਮੈਂ ਆਪਣੇ ਹੱਥਾਂ ਵਿਚ ਰੇਸ਼ਮੀ ਧਾਗਿਆਂ ਦਾ ਇਤਿਹਾਸ ਇਕੱਠਾ ਕੀਤਾ ਅਤੇ,

ਇਨ੍ਹਾਂ ਨਲ, ਮੇਰੇ ਮਨ ਨੇ ਉੱਡਦਾ ਚੋਗਾ ਬੁਣਿਆਂ:

ਉਹ ਚੋਲਾ ਜਿਸਨੇ ਮੈਨੂੰ ਇਸਲਾਮੀ ਕਲਾ ਦੀ ਦੁਨੀਆਂ ਵਿਚ ਦੀ ਹੈਰਾਨਕੁਨ ਸਫਰ ਕਰਾਇਆ।

I gathered silken threads of history in my hands and,
With them, my mind wove a flying cloak:
A cloak that took me on an amazing voyage
Through the art of the Islamic world.

ਮੇਰਾ ਚੋਲਾ ਮੈਨੂੰ ਬਗਦਾਦ ਦੇ ਪੁਰਾਣੇ ਸ਼ਹਿਰ ਵਿਚ ਲੈ ਗਿਆ,

ਜਿਹੜਾ ਮਸੀਤਾਂ, ਜਨਤਕ ਇਸ਼ਨਾਨ ਘਰਾਂ,

ਘੋੜ ਦੌੜ ਦੇ ਮੈਦਾਨਾਂ ਅਤੇ ਮੰਡਪਾਂ ਦਾ ਘਰ ਹੈ।

My cloak took me to the old city of Baghdad,
Home to mosques, public baths,
racetracks, and pavilions.

ਥਲ ਦੇ ਮਜਬੂਤ ਕੀਤੇ ਹੋਏ ਕਿਲਿਆਂ ਦਾ ਘਰ,
ਫਰਸ਼ ਤੋਂ ਛੱਤ ਤੱਕ ਕੰਧਾਂ ਉੱਪਰ ਚਿੱਤਰਕਾਰੀ ਨਾਲ ਸਜੇ ਹੋਏ।
ਸੰਸਾਰ ਭਰ ਦੀ ਸੱਭ ਤੋਂ ਵੱਡੀ ਮਸੀਤ, ਸਮਾਰਾ ਦਾ ਇਹ ਘਰ,
ਮੈਂ ਸੋਚਿਆ ਕਿ ਨਮਾਜ਼ ਪੜ੍ਹਨ ਦਾ ਸੱਦਾ ਮੇਰੇ ਕੋਲ ਬਦਲਾ
ਵਿਚ ਪਹੁੰਚ ਗਿਆ ਹੈ।

Home to fortified desert castles,
Adorned with wall-paintings from floor to ceiling.
The largest mosque in the world called Samarra its home,
I imagined that the call to prayer reached me in the clouds.

ਮੇਰਾ ਚੋਲਾ ਮੈਨੂੰ ਇਸਲਾਮੀ ਸਪੇਨ ਵਿਚ ਲੈ ਗਿਆ,
ਜਿੱਥੇ ਪੂਰਬ ਪੱਛਮ ਨੂੰ ਮਿਲੀ।
ਮੈਂ ਸਾਇੰਸਦਾਨਾਂ, ਕਾਢਕਾਰਾਂ ਅਤੇ ਦਰਬਾਰੀ ਜੋਤਸ਼ੀਆਂ ਦੇ ਕੋਲ ਦੀ ਲੰਘਿਆ,
ਜਿਹੜੇ ਮਾਨਵ ਗਿਆਨ ਦੀ ਹੱਦਾਂ ਦੀ ਪਰਖ ਕਰ ਰਹੇ ਸਨ।

My cloak took me to Muslim Spain,
Where the East met the West.
I passed scientists, inventors and court astronomers,
Testing the limits of human knowledge.

ਉਹਥੇ, ਮੈਂ ਸਜਾਵਟੀ ਵੇਹੜਿਆਂ ਵਿਚ ਦੀ ਲੰਘੀ,
ਫ਼ੁਹਾਰਿਆਂ ਅਤੇ ਮਹਿਕਦੇ ਬਾਗ ਪਾਰ ਕੀਤੇ।

There, I wandered through ornamental courtyards,
Past fountains and scented gardens.

ਇਸਲਾਮੀ ਅਤੇ ਸਪੇਨੀ ਕਾਲਾਕਾਰੀ ਵਿਰਸੇ
ਦੇ ਮਿਲਾਪ ਨੇ
ਸ਼ਾਹੀ ਅਲ ਹੰਬਰਾ ਅਤੇ ਕਰੋਡਬਾ ਦੀ
ਮਸ਼ਹੂਰ ਮਸੀਤ ਪੈਦਾ ਕੀਤੀ।
ਗੁੰਬਦ, ਪੱਚੀਕਾਰੀ ਅਤੇ ਮੈਹਰਾਬ ਨੇ
ਮੇਰੀਆਂ ਉਤਸ਼ਾਹੀ ਅੱਖਾਂ ਦਾ ਸੁਵਾਗਤ ਕੀਤਾ

The artistic heritage
of Islam and Spain
Fused to create the
Al Hambra palace and
the great mosque
of Cordoba.
Domes, mosaics and
archways greeted my
eager eyes.

ਮੇਰਾ ਚੋਲਾ ਮੈਨੂੰ ਤੁਰਕੀ ਵਿਚ

ਸੈਲਜ਼ੁਕ ਲੈ ਗਿਆ,

ਜਿਥੇ ਦਰਵਾਜਿਆਂ ਅਤੇ ਧਰਮ ਉਪਦੇਸ਼ ਦੇ ਆਸਨਾਂ ਨੂੰ

ਸਜਾਵਟ ਲੱਕੜੀ ਘੜਤਾਂ ਚਾਰ ਚੰਨ੍ਹ ਲਾ ਰਹੀਆਂ ਸਨ।

ਕੋਲ ਟਾਈਲਾਂ ਲਾਉਣ ਦਾ ਹੁਨਰ ਤਕਰੀਬਨ

ਪੂਰਨਤਾ ਤੱਕ ਪਹੁੰਚ ਗਿਆ ਸੀ

ਅਤੇ ਮਸੀਤ ਦੀਆਂ ਫਰਸ਼ਾਂ ਗੁੱਝੇ ਬੁਣੇ ਹੋਏ ਕਾਰਪੈਟ ਢੱਕ ਰਹੇ ਸਨ।

ਮੈਂ ਉਨ੍ਹਾਂ ਦੀ ਬਣਤਰ ਨੂੰ ਪਸੰਦ ਕੀਤਾ ਅਤੇ ਆਪਣੀਆਂ ਉਂਗਲਾਂ ਹੇਠ ਮਹਿਸੂਸ ਕੀਤਾ।

My cloak took me to Seljuk Turkey,
Where ornate woodcarvings graced doors and pulpits.
The art of setting tiles reached near perfection
And bright woven carpets covered the mosques' floors.
I fancied I felt their textures beneath my fingers.

ਮੇਰਾ ਚੋਲਾ ਮੈਨੂੰ ਟਿਮਰ ਦੇ ਸਮਾਰਕੰਦ 'ਲੰਗਾ' ਵਿਚ ਲੈ ਗਿਆ
ਜਿਥੇ ਸੰਸਾਰ ਭਰ ਦੇ ਸ਼ਿਲਪਕਾਰ ਇਕੱਠੇ ਹੋਏ ਸਨ।

My cloak took me to the Samarkand
of Timur 'the Lame'
Where artisans from around the world
were gathered.

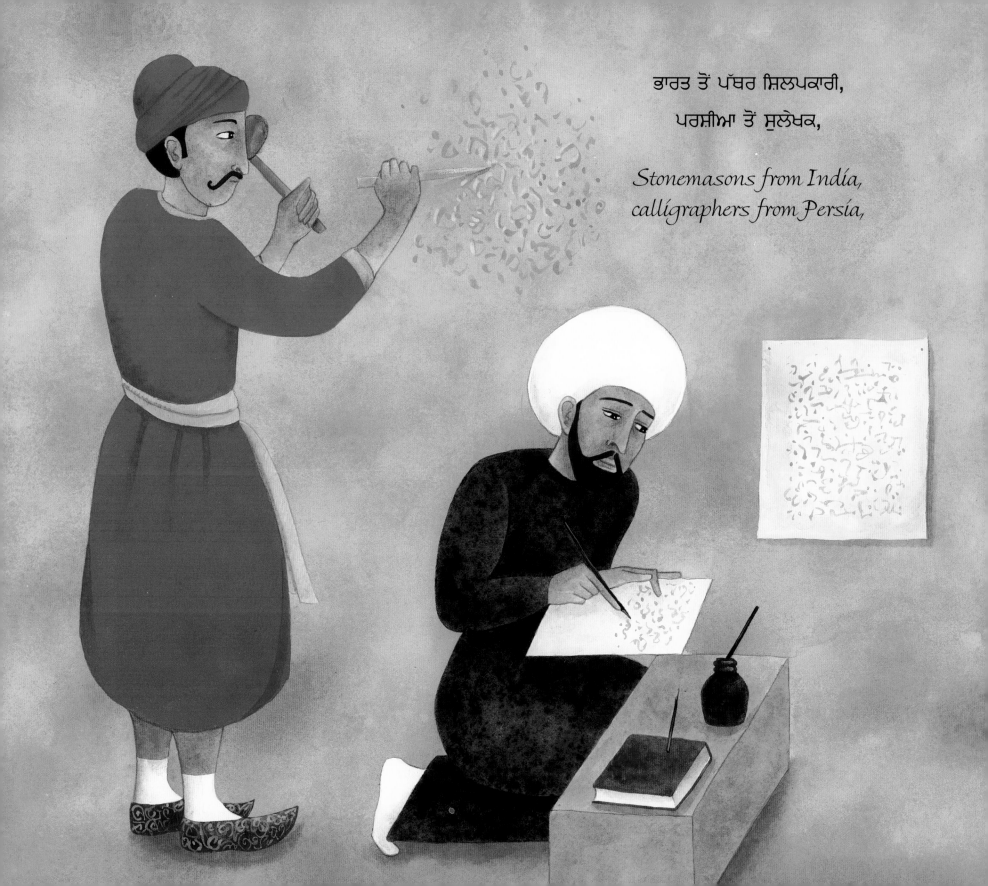

ਭਾਰਤ ਤੋਂ ਪੱਥਰ ਸ਼ਿਲਪਕਾਰੀ,

ਪਰਸ਼ੀਆ ਤੋਂ ਸੁਲੇਖਕ,

Stonemasons from India,
calligraphers from Persia,

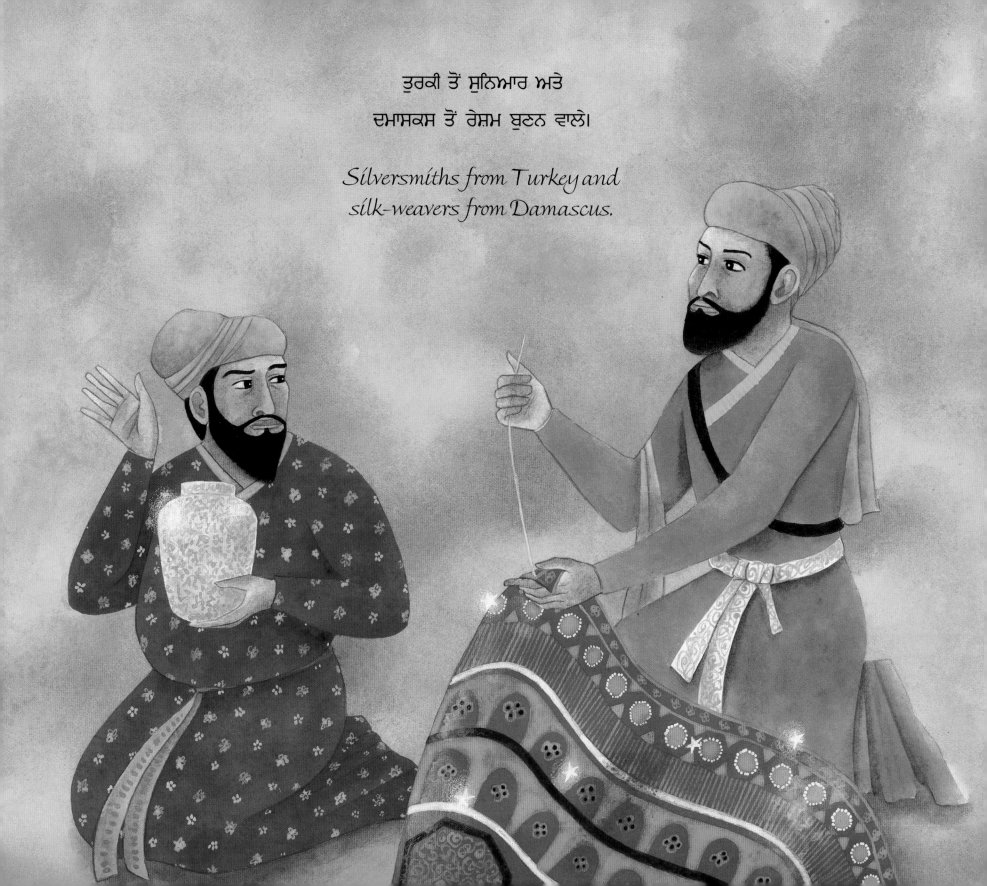

ਤੁਰਕੀ ਤੋਂ ਸੁਨਿਆਰ ਅਤੇ
ਦਮਾਸਕਸ ਤੋਂ ਰੇਸ਼ਮ ਬੁਨਣ ਵਾਲੇ।

*Silversmiths from Turkey and
silk-weavers from Damascus.*

ਉਸ ਦੇ ਸ਼ਹਿਰ ਨੂੰ ਖੂਬਸੂਰਤ ਬਣਾਉਣ ਲਈ, ਸਾਰਿਆਂ ਨੂੰ ਬੰਦੀਆਂ ਵਜੋਂ ਲਿਆਂਦਾ ਗਿਆ,
ਜਿਸ ਵੇਲੇ ਇਸ ਦਾ ਸ਼ਾਹੀ ਮਹੱਲ ਇਕ ਤੰਬੂ ਸੀ - ਅੰਤ ਤਕ ਇਕ ਟੱਪਰੀ ਵਾਸਾ।

All brought back as captives, to beautify his city,
While his palace was a tent – a nomad to the end.

ਮੇਰਾ ਚੋਲਾ ਮੈਨੂੰ ਆਗਰੇ ਦੀਆਂ ਗਲੀਆਂ ਵਿਚ ਲੈ ਗਿਆ,
ਜਿੱਥੇ ਤਾਜ ਮਹੱਲ ਬਾਰੇ ਅਫ਼ਵਾਹਾਂ ਨਾਲ ਭੀੜ ਭੜੱਕੇ ਵਾਲੇ ਬਜ਼ਾਰ ਭਰੇ ਸਨ।

My cloak took me to the streets of Agra,
Where rumours of the Taj Mahal filled buzzing bazaars.

ਇਕ ਮਰਨ ਕਿਨਾਰੇ ਦੇ ਵਾਅਦੇ ਤੋਂ ਪੈਦਾ ਹੋਈ ਇਮਾਰਤ,

ਇਸ ਦਾ ਚਿੱਟੇ ਸੰਗਮਰਮਰ ਦਾ ਲਿਬਾਸ

ਰੋਸ਼ਨੀ ਵਿਚ ਚਮਕ ਰਿਹਾ ਸੀ।

A building born from a deathbed promise,
Its garment of white marble
Shimmered in the light.

المشرق

ਕੁਰਾਨ ਵਿੱਚੋਂ ਸੁਲੇਖਕ ਲਿਖਤਾਂ,

ਫੁੱਲਾਂ ਤੇ ਬੂਟਿਆਂ ਦੀਆਂ ਸਜਾਵਟਾਂ ਅਤੇ ਜਿਆਮਿਤੀ ਬਣਤਰਾਂ

ਸਭ ਸੁਰਮੇਲ ਹੋਈਆਂ

ਅਤੇ ਸ਼ਾਇਰਾਂ ਨੇ ਇਸ ਦਾ ਨਾਂ 'ਪਹੁ ਫੁਟਿਆਲੇ ਦਾ ਚਮਕਦਾ ਮੁੱਖੜਾ' ਰੱਖਿਆ।

ਮੈਂ ਚਾਹੁੰਦਾ ਹਾਂ ਕਿ ਮੁਰਦਿਆਂ ਉੱਪਰ ਕਫਨ ਪਾਉਣ ਦੀ ਬਜਾਏ

ਇਸ ਦਾ ਸੁੱਹਪਣ ਜੀਵਨ ਦਾ ਅੰਦਾਜ਼ ਗ੍ਰਹਿਣ ਕਰ ਸਕੇ।

صباح الفجر

Calligraphic inscriptions from the Qur'aan,
Floral arabesques and geometric designs
all harmonised
And the poets named her 'Dawn's bright face'.
I wished its beauty could grace the living
and not enshroud the dead.

ਇਹ ਸਫ਼ਰ ਇਕ ਸੁਪਨਾ ਸੀ, ਇਕ ਬੱਚੇ ਦੀ ਕਲਪਨਾ,

ਫਿਰ ਵੀ ਇਸ ਵਿਚ ਸਾਰੀਆਂ ਥਾਵਾਂ ਅਸਲੀ ਹਨ

ਮੈਂ ਉਮੀਦ ਕਰਦਾ ਹਾਂ ਕਿ ਇਸ ਕਹਾਣੀ ਨਾਲ ਤੁਹਾਡਾ ਚੋਲਾ ਵੀ ਉਣੇਗਾ

ਅਤੇ ਤੁਸੀਂ ਵੀ ਉਥੇ ਜਾਉਗੇ।

This voyage was a dream - a child's fantasy,
Though all its destinations are true.
I hope that your cloak will be spun by this tale
And that you will go there too.

Here are some explanations to help you enjoy the story:

Samarra
In the 9th century, after the foundation of Baghdad, the Caliph (ruler) moved his capital to the splendid city of Samarra. The Great Mosque was once the largest mosque in the Islamic world and rises to a height of 52 meters.

Islamic Spain was established in the 8th century by Muslims from North Africa who were known as Moors. For over three hundred years, Muslims, Christians and Jews lived together in a Golden Age when learning, art and culture flourished.

Seljuk Turkey was one of the eras in Islamic history. The Seljuks were Muslim rulers who took control of Persia and Turkey. Seljuk Turkey became the centre of excellence in weaving, ceramic painting and wood carving.

Born in the 14th century, **Timur 'the Lame'**, also known as Tamerlane, was a fierce and determined Mongol warrior who loved art. Whenever his armies invaded foreign cities, he would take care to protect the artisans and take them back to beautify his city, Samarkand.

The **Taj Mahal** was a monument built by the Mughal Emperor Shah Jahan in 1631 as a tribute to his loving wife Mumtaz Mahal. Legend says that she made him promise to build her a mausoleum more beautiful than any the world had ever seen.

Arabesque is an art form originally from Asia Minor. It was later adapted by Muslim artisans into a highly formalised form of intertwined flowers and plants.

The Qur'aan, the Muslim holy book, was revealed to the Prophet Muhammad (pbuh) by the Angel Gabriel. Its verses are often inscribed in beautiful patterns by calligraphers.

First published in 2005 by Mantra Lingua
Global House, 303 Ballards Lane, London N12 8NP
www.mantralingua.com

A CIP record for this book is available from the British Library.